என்னைச் சுற்றிலும் அடிகள்

விஜய் ராஜ்

படங்கள்

ராஜ்குமார் ராமலிங்கம்

ISBN
Paperback 979-8-89610-371-4
Hardcase 979-8-89906-840-9

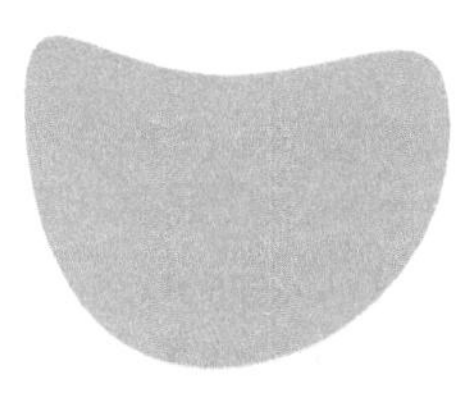

முன்னுரை

"பொண்ணு படிச்சுக்கிட்டு இருக்கா, இன்னும் ஒரு வருஷம் போகட்டும்னு பாக்குறேன், ஆனா நல்ல எடமா வந்திருக்கு"

"பொம்பள பிள்ளைய தூரம் தொலவுக்கு அனுப்பிட்டு வயித்துல நெருப்ப கட்டிக்கிட்டு இருக்கிறதா?"

"எத்தன பவுன் சேத்து வச்சிருக்க?"

"என்னம்மா ஏதும் விசேஷமா?"

"மச்சான், பொண்ணுங்கிறதால, அவளுக்கு பதவி உயர்வு குடுத்துட்டாங்க டா"

"ஒரு பொண்ணா இருந்துகிட்டு அவளோ தைரியமா, நல்லா பண்ணிருக்கீங்க, வாழ்த்துக்கள்"

இவையெல்லாம் நாம் அன்றாடம் கடந்து செல்லும் வாசகங்கள். இது போன்ற வாசகங்களைப் பட்டியலிட்டால் ஒரு புத்தகமே எழுதலாம். ஆண், பெண் என்ற இருபால்களில் தான் உலகம் இயங்கி கொண்டிருக்கிறது. பூர்வ குடிகள் இவ்வாறு தான் வாழ்ந்திருப்பர் என்று நம் அறிவுக்கு எட்டிய கணிப்புகள் கொண்டு, வேட்டை சமூகத்தில், ஆண் வேட்டைக்குச் செல்வதும், தன் குடிமைக்குத் தேவையான பொருள் ஈட்டுவதுமென்றும், பெண் குடிமையைக் காப்பதும் என்றும் அறியப்படுகிறது. கற்காலம் தொட்டு தற்காலம் வரை பயணிக்கையில், பெண்ணும் வேட்டைக்கு கிளம்பி விட்டாள், ஒருசேர வீட்டையும் கை விடாமல். ஆனால் ஆண் இன்னும்

வேட்டையை மட்டுமே தன் பிரதான தொழிலாகச் செய்து வருகிறான். ஏன், ஆண் பரிணாமத்தில் வளரவில்லையா? இன்னும் ஒரு படி மேல் சென்று பெண்ணையே வேட்டையாடும் நிகழ்வுகளும் சமூகத்தில் நடந்து கொண்டு தான் இருக்கிறது. கலவி வேளைகளில் consent அதாவது 'ஒப்புதல்' பெண்ணுக்கு மட்டுமே பேசு பொருளாக இருக்கிறது. ஒப்புதலும் மறுத்தலும் ஆணுக்கு ஒரு விஷயமே இல்லை. வேண்டாத கலவிகளில் ஆண் உடல் ரீதியாகவும் மன ரீதியாகவும் கடந்து செல்வதாக அமைவதும், பெண் பலிகடாவாக அமைக்கப்பட்டதும் என்ன இயற்கையின் கூற்றா? அனுமானங்களின் ஊடாகவே பெண் பார்க்கப் படுகிறாள்.

ஒரு தோழியிடம் "எதற்காக சிறு விஷயங்களில் கூட பெண்ணியம் பேச வேண்டும், எடுத்ததெற்கெல்லாம் பெண்ணியம் பேசுவது போலி பெண்ணியம் ஆகாதா? மேலும் எதற்காக இந்த உரத்த குரலில் பெண்ணியம் பேசப்படுகிறது?" என்று தர்க்கம் செய்து கொண்டிருந்தேன். "நீங்கள் ஆதிக்கம் செலுத்தாது, அடக்குமுறை செய்யாது விஷயம் என்று ஏதாவது உண்டா? அற்ப விஷயம் தொட்டு ஆகாயம் வரை எல்லாவற்றிலும் ஆணின் அங்கீகாரத்திற்காக காத்திருக்கவே பழக்கப்படுத்தப்படுகிறாள் பெண், படி நிலைகளில் கீழே இருப்பவர்கள் உரக்கக் கத்தித் தான் குரலெழுப்ப வேண்டும். கிணற்றுக்குள் இருப்பவன் குரல் உயர்த்தினால் தான் தரை தளம் வரை கேட்கும்" என்று பொரிந்து தள்ளிவிட்டாள். சாலை நெரிசல்களில் விரைவாக செல்லாமல் ஏதேனும் வாகனம் தொல்லை கொடுக்கும் போது "பெண்ணாகத்தான் இருக்கும்" என்று நானே பலமுறை கூறியிருக்கிறேன். "அத அப்படி செய்யாத,

நான் சொல்ற மாதிரி பண்ணு" என்று ஒவ்வொரு விஷயத்திலும் வாத்தியாராய் ஆண் மாறுவது கூட ஒரு நிர்ணயப் பார்வை தானே. அப்போது தான் நான் உணர்ந்தேன் பெண்ணியம் பேசுவதும், பெண்ணியம் பழகுவதும் வேறு என்று. கூறுவது எளிது, நூல் பிசகாமல் பழகுவது கடினம். நம்மை அறியாமலே நாம் பழக்கப் படுத்தப்பட்டுள்ளோம், ஒரு பெண் என்பவள் "இவ்வளோ தான்" என்று. நூறு சதவிகிதம் பழக முடியாது, ஆனால் பேச முடியும் அல்லவா. அப்படி நம்மைச்சுற்றி பெண்கள் பல்வேறு கட்டுப்பாடுகளுடன் பழக்கப்பட்டு வாழ்ந்து வருகின்றனர். வீட்டில் பார்க்கின்ற அன்றாட வேலைகளுக்குக் கூலி தர வேண்டும் என்று சட்டம் இயற்றினால், ஆண்களின் சம்பளம் கட்டாது. அப்படி நம்மைச் சுற்றி வலம் வரும் இந்த பெண்களைப் பற்றி பெருமை பேசும் முயற்சி தான் இந்த கவிதைத் தொகுப்பு. அடக்கப்படுகிறோம் என்று தெரியாமலே அடங்கி வாழ்கின்ற பெண்களை உசுப்பேற்றும் ஒரு முயற்சியும் கூட. இத்தொகுப்பு, பெரிய பெரிய கட்டுப்பாடுகளை, அடக்குமுறைகளைப் பேசுவதை விட, பட்டும் படாமல், தொட்டும் தொடாமல், அறிந்தும் அறியாமல் நாம் செய்கின்ற பேதங்களைக் கூற முற்படுகிறது. பெண்ணின் சுதந்திர பயணத்தில் கல்வி அரை கிணற்றை கடக்க வழி வகுத்தது. குறை கிணற்றைத் தாண்ட தோள் சேர்த்து வாழும் ஆணினம் முன் வர வேண்டும். "இங்கு ஆண் தான் வந்து பெண்களை மேலேற்றி விட வேண்டுமா என்ன?" என்று தர்க்கம் செய்யலாம். அதை வேறொரு சந்தர்ப்பத்தில் கையாள்வோம்.

இத்தொகுப்பு பெண்களின் காதல், ஈர்ப்பு, எதிர்பார்ப்பு, அடக்குமுறைகள், தினசரி திண்டாட்டம் என பல்வேறு விஷயங்களை கவிதை நடையில் தொட்டுப் பார்க்கிறது. ஒவ்வொரு கவிதையும்

தன்னைப் பெண்ணியவாதி என்று நினைத்துக்கொள்ளும் ஆண்களைக் கூட ஒரு நிமிடம் "நான் நிஜமாகவே சரி சமம் காக்கிறேனா?" என்று ஐயுறச் செய்யும் என்று நம்புகிறேன். தனக்குத் தெரியாமலேயே தன குரல்வலை நெரிக்கப்படுகிறது, பிறர் கொண்ட பார்வையே தன் பார்வை என்ற மாயையில் உழன்று வரும் பெண்களை விழித்தெழச் செய்யும் என்றும் நம்புகிறேன்.

நானும் ஓரளவு பெண்ணியவாதியாய் இருக்கப் பழகுகிறேன், முயற்சி செய்கிறேன். நீங்களும் பழகிப் பாருங்களேன்.

முனைவர் வீ.ப. ஜெயசீலன், இ.ஆ.ப.,
மாவட்ட ஆட்சித்தலைவர் (ம)
மாவட்ட குற்றவியல் நடுவர்,
விருதுநகர், தமிழ்நாடு.

Dr. V.P. JEYASEELAN, I.A.S.,
District Collector &
District Magistrate,
Virudhunagar, Tamilnadu.

****

வாழ்த்துரை

"வென்றவர் தோற்பர் ; தோற்றவர் வெல்வர்,

உயர்ந்தவர் தாழ்வர் ; தாழ்ந்தவர் உயர்வர்,

வலியர் மெலியராய் ; மெலியர் வழியராய்ச் செல்வர்,

வறியராய் வறியர் ; செல்வராய் மாறி மாறி வருவன"

என்பது உலக வழக்கம். எனினும் ஜாதி மத இனம் கடந்து பால் வேற்றுமையில் பெண்பால் இன்னும் இளகிய வர்க்கமாகவே பார்க்கப்படுகிறது. பெண்கள் பெரிதும் முன்னேற்றம் அடைந்துள்ளனரா என்று வினவினால், கல்வி, வேலை, வாழ்வியல் என எல்லாவற்றிலும் முன்னோக்கிச் சென்றுள்ளனர். ஆனாலும் கூட, காலனித்துவ ஆட்சியில் காந்தியடிகள் முழு சுதந்திரம் கேட்டது போல, ஆணுக்காக செய்யப்பட்டதென்று நாம் கருதிக்கொண்டிருக்கும் இவ்வுலகில், பெண் இன்னும் முழு சுதந்திரம் அடையவில்லை தான்.

முழுதும் தமிழ் வழியில் பயின்று, நித்தம் தமிழமுதம் பருகிக் கொண்டிருக்கும் நான், தமிழ் இலக்கியம் கூறும் பெண்ணியம் என்னவென்று பார்த்தேன். இல்லறம், அறம் மற்றும் கற்பு என்பதற்குள் அது பெண்களைக் கட்டம் கட்டிக்கொண்டிருந்தது. பெண்மையைப் போற்றுதலும், அதே சமயத்தில் அவர்களுக்கான வரையறையை நாமே கட்டமைப்பதும் ஞாயமன்றே. நவீன இலக்கியம் பிறந்த போது பாரதியார், பெரியார் போன்றோர், பெண்ணிய முன்னோடிகளாய்த் திகழ்ந்தனர்.

"என்னைச் சுற்றிலும் அழகிகள்" எனும் பெண்ணியக் கவிதை தொகுப்பு, நம் சமூகத்தில் இலையோடி வரும் ஆணும் பெண்ணும் சரி சமம் எனப் பாசாங்கு செய்வதை விவரித்துள்ளது. நம்மை அறியாமலேயே நமக்குள் பழகிக் கிடைக்கும் பெண்களுக்கான வரையறைகள் ஏராளம். எனது ஆட்சியர் அனுபவத்தில் நித்தம் ஏராளமான பெண்கள் சார்ந்த பிரச்சனைகளை கண்டு வருகிறேன். ஒரு சாரார் முன்னேற்ற பாதையில் சென்றாலும், இன்னும் பெண்களை முழு சமமாக நடத்தும் போக்கு எங்கோ தடை படுகிறது. இத்தொகுப்பில், "சிக்கு நீக்கி" எனும் கவிதை, பெண் எப்படி ஒரு குடும்பத்தின் அச்சாணியாக செயல் படுகிறாள் என்பதை மிகவும் எளிமையாக குறிப்பிடுகிறது. அக்கவிதையில் வரும் பெண், நம் வீட்டிலும், பக்கத்துக்கு வீட்டிலும், பக்கத்து தெருவிலும் நாம் காணும் தங்கையோ, அக்காவோ தான். குறிப்பாக அதில் "பிங்க்" நிறப் பெருந்தின் குறிப்பீடு, நமது நிர்வாகத்தின் கடமையை விளக்குகிறது. மேலும் "எது போர்க்களம்?", "அடுப்படியில் தேவதைகள்" என்ற கவிதைகள் எண்ணத்தக்கவை.

இக்கவிதை தொகுப்பு, நம்மை தட்டி எழுப்பும் ஒரு முயற்சி, முழு சுதந்திரத்திற்கான ஒரு சிறு துளி.

ஆசிரியருக்கு வாழ்த்துக்கள்.

05.04.2025

(வீ.ப.ஜெயசீலன்)

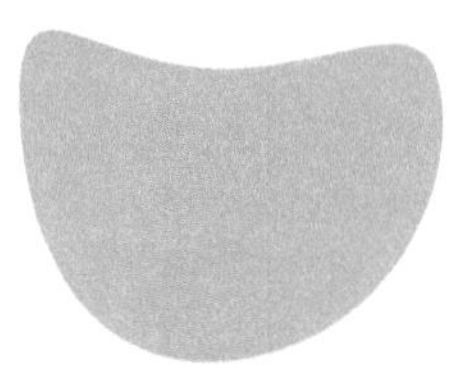

Contents

Contents

என்னைச் சுற்றிலும் பேரழகிகள்

நடைபாதைச் சரிவில்,
கறையேறிய உடையில்,
அரிவாள் தரித்த,
பெண்பால் அய்யனார்,
இளநீர் அக்கா பேரழகி..!

ஈரம் ஊறிய கூடையில்,
இலை வேய்ந்த கூரையில்,
இளைப்பாறிய மலர்களை,
இணைத்து அளித்த,
பூக்கார பாட்டி பேரழகி..!

இறந்த மீன்களுக்கு,
இறுதி ஊர்வலம் தந்து,
செதில்களைச் சீவி,
புளிநீரில் நீந்தத் தயார் செய்த,
மீன் விக்கிற அக்கா பேரழகி..!

சக்கரக் கூடைச் சரக்குகளை,
சர சரவென அள்ளி வீசி,
பட்டைக்கோடுகளை படித்து,

தட்டச்சுப் பலகையைத் தடவிய,
அங்காடி மேசைத் தங்கை பேரழகி..!

எங்கும் பேரழகிகள்
நிறைந்திருக்க..!

ஆளுயரக் கண்ணாடி முன்,
மடிப்புகளைச் சரி செய்து,
மத்தியில் ஒரு பொட்டிட்டு...
"எப்படி இருக்கேன்? நல்லாருக்கா?"
என்று என் பதிலுக்குக் காத்திருக்கும்,
இவள் பெரும் பேரழகி..!

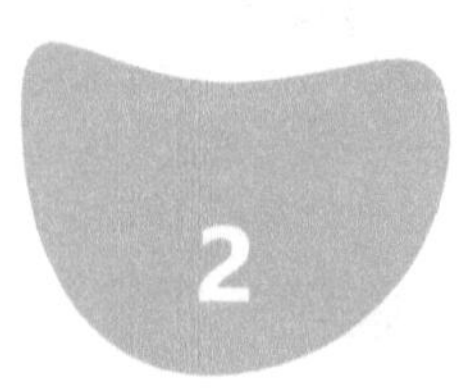

ரெக்கை கட்டி

தேவதைகள் என்றால்,
ரெக்கைகள்
கட்டிக்கொண்டு வருவார்கள்
என்று நினைத்தேன்...

பின்பு தான் தெரிந்தது,
ரெக்கைகள்
கட்டிவிட வந்தவர்கள் என்று...!

3 கையும் ஓடல காலும் ஓடல

ஐந்து மணித்துளிக்கொரு,
அலைபேசி அழைப்பு...!

அக்கறை அலை, ஏன் பாயுதென
அவள் நினைக்க – இடையிடையே,
உளுந்து அளவெதுவென,
நீரளவெதுவென நான் புனைக்க...

அவள் வீட்டில் அவள்...
என் வீட்டில் நான்...

கையும் ஓடாமல், காலும் ஓடாமல்,
காத்துக் கிடந்தது...!

அவள் அரைத்த இட்லிப் பொடியும்,
நல்லெண்ணெய்யும்...!

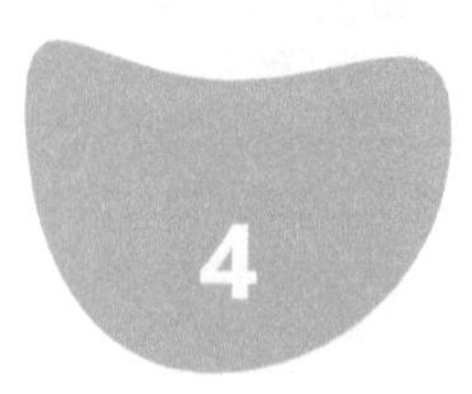

சிவன் அவள்

புலித்தோல் போன்ற
வடிவங்கொண்ட ஆடை,
கூந்தல் பற்றிக்கிடந்த
நிலவுருவங் கொண்ட
வெள்ளைக் கொக்கி,
வளையலிற் தொங்கிடும்
சலசல உடுக்கை மணிகள்,
சங்கிற்கு பதிலாக
விழித்திரைகளில் நீளச்சாயம்,
கழுத்தைச் சுற்றி
சீறிக்கொண்டிருக்கும் துப்பட்டா,
ஒவ்வொரு நொடியும்...
என்னை அழித்துக் கொண்டிருக்கும்
சிவன் அவள்...!
சிவன் அவள்...!

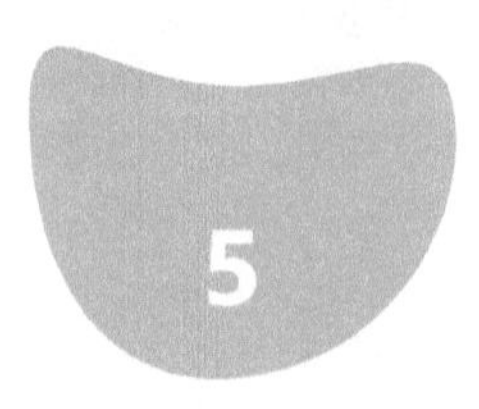

மழையும் அவளும்

காட்டு மழையின் மீது
காதல் கொண்டேன்...
பேய் மழையில் நான்
பேதலித்தேன்...
அன்புள்ள மழையென்று
அவளை அழைத்ததில்லை...
செல்ல மழையென்று
அவளைச் சொல்லியதுமில்லை...
கண் மூடிக் காதலித்தேன்
கண்மூடித்தனமாய் காதலித்தேன்...

ஆடையினூடே மேடையிட்டாள்...
ஓடை நளின ஓரங்கத்தில்
அனைத்து
அங்கமும் அணைத்தாள்...

விழும் போது,
தாங்கப் பிறந்தவள்...
அழும் போது,
அழகாய்த் துடைத்தவள்...
எழும் போது,
எதேச்சையாய் வாழ்த்தியவள் - வீறு

கொளும் போது,
சுயேச்சையாய் வீழ்த்தியவள்...

அமிலம் சில நேரம்,
கமழும் பெரும்பாலும்,
அவள் தவறில்லை...
அவள் தவறில்லை...
காலம் தவறுவதும்
அவள் தவறில்லை...

பிறந்தவள் போல்,
பெதும்பையென
எனில் தவழ்வதுவும்...
பூப்பெய்தி,
பெருமுலையுடன்
எனை அணைப்பதுவும்...
ஒரு கணம் முதல்
மறு கணம் வரை,
எனைப் பலமுறை
அலைக்கழித்தவள்...

முகில் மகளவள்...
அகில் மகனிவன்...
எழு பிறப்பிலும்,
என் துணையவள்...

திங்கள் கடந்து
தவிக்கையில்...

எனைத் திங்கத் துடித்தவள்...
அலுவல் நிமித்த
மறதியினில்...
எனை மெல்லக் கடிந்தவள்...

அவள் வீசுகையில்
எதுவும் கேட்டதில்லை...
அவள் பேசுகையில்
எதுவும் கேட்பதில்லை...

மேலிதழ் சுவைத்தவள்,
கீழிதழ் சுவைத்தவள்,
உச்சி முகர்ந்தவள் - என்
மிச்சம் நுகர்ந்தவள்...
மேகம் விட்டு
தேகம் நுழைந்தவள்...
துணைக்கு எப்போதும்
தென்றலை அழைத்தவள்...
பெய்யெனப் பெய்தாள்
நான் காதல் கொண்டேன்...
ஆதலால்
எனை ஆட்கொண்டாள்...!

6 மிஸ் எதிர்க்கட்சி

உன் மன்றத்தின்
பதிவேட்டில்
முதல் மாணவன் ஆவேன்...
அத்தனைக்கும் ஆம் என்பேன்...

ஊடல் கொண்டும்
உன்னை மதிப்பேன்...
உள்ளுக்குள்
உன்னைத் துதிப்பேன்...

கூச்சல் என்றால்
குழம்பிடுவேன்...
கூச்சம் என்றால்
குதித்திடுவேன்...

காடுகள் எனது...
காதுகள் உனது...

கோபம் கொண்டால்
ஒத்தி வைப்பேன்...
தாபம் என்றால்
பொத்திவைப்பேன்...

மன்றத்தின்
மாண்பு காப்பேன்...

வென்றிகொள
நோன்பு காப்பேன்...

அடுக்கு மொழியினில்
பேசிடுவேன்...
மிடுக்கு விழியென
வீசிடுவேன்...

தேசம் உனது...
நேசம் எனது...

குறுக்கில்
மறிக்க மாட்டேன்...
மறுப்பினை
குறைக்க மாட்டேன்...

வெளிநடப்பு
செய்திடினும்...
துளி அடக்கு
செய்யமாட்டேன்...

விதி மீறல்
செய்யமாட்டேன்...
கீறலுக்கும்
அஞ்ச மாட்டேன்...

காவல் உனது...
காதல் எனது...

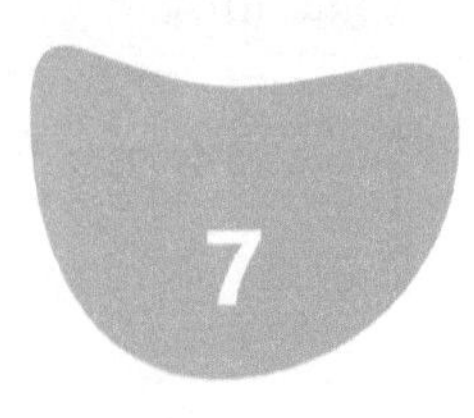

7 கரை சேர்ந்த மலர்கள்

வேர் விட்டு,
தளிர் விட்டு,
துளிர் விட்டு,
மொக்குடைத்து,
இதழ் விரித்து,
இடம் பெயர்ந்து,
கூட்டத்தில் ஒன்றாய்
குழம்பி நிற்கையில்...
நீ சொன்னாய்
"அக்கா ஒரு முழம் மல்லிப்பூ கொடுங்க"
பெருமூச்சு விட்டது...!

8 நளின நயமில்லாத

புகைப்படத்தில் நிற்கும் விதம் அறியாப் பேரழகி நீ...

என் இமைத்தடங்கள் திக்கும் நிதம் புரியாப் பேரழகி நீ...

காதை மறைக்கும் கூந்தல் விலக்காத பேரழகி நீ...

காலம் வரைக்கும் வாழ்தல் மறக்காத பேரழகி நீ...

மென்னகர்தல் (slo-mo) செய்யாத விடுக்கான பேரழகி நீ...

என் விண்ணதிரல் பொய்யாது மிடுக்கான பேரழகி நீ...

பிண்ணனி இசை முழங்காத பேரழகி நீ...

என் கண்மணி திசை விளங்காத பேரழகி நீ...

காற்றைக் கிழித்து உன் விரல்கள் பேசவில்லை பேரழகி நீ...

நேற்றை கழித்து மென் நிரல்கள் வேகமில்லை பேரழகி நீ...

மழையில் மான் போலத் தாவாத பேரழகி நீ...

குழையில் தேன் போல நாவாய் பேரழகி நீ...

பனிக்கூழில் உருகாத உன் மனம்-பேரழகி நீ...

பனிச்சூழ சருகாக என் மனம்-பேரழகி நீ...

கன்னம் சிவக்காத வெட்கங்கள்-பேரழகி நீ...

எண்ணம் மறக்காது உன் நுட்பங்கள்-பேரழகி நீ...

பூக்கள் விரும்பாத பெண் நீ-பேரழகி நீ...

நாட்கள் அரும்பாது நீயன்றி-பேரழகி நீ...

சிக்கு நீக்கி

9

எண்ணெய் தோய்ந்த தலையணைக்கு
விடை கொடுத்து,

குளியலறையில் நீர்மைக் குமிழிகளில்
நீந்திவிட்டு,

பருத்தித் துணியில் குளிர் காய்ந்து,

கோரைப் பற்களுக்கு இரையாகி,

கொத்து கொத்தாய் உருண்ட மயிர்ப்பந்தை...

காற்றில் வீசிவிட்டு...

"பிங்க் பஸ் போயிடும்மா, சீக்கிரம் சாப்பாடு
கட்டுங்க"

என்று விரைந்தாள்...

கூந்தல் சிக்கலைச் சரி செய்தவள்...

அன்றாடச் சிக்கலைச் சந்திக்க..!

10 கேப்டன் மார்வெல்

கடற்கலனை வழி நடத்தும்
மாலுமியாய் அவள்...
சக்கரத்தை கைகள் பற்றி
சுழற்றி விட்டாள்...!
வேகம் உச்சம் தொட
கால்களால் முடுக்கி விட்டாள்...!
கயிறுகள் உடையும் போது
கணப்பொழுதில் கச்சிதம் செய்தாள்...

ஆனால்
அலைகளைக் கிழிக்காமல்,
சேர்த்துக் கொண்டிருந்தாள்...
சங்கொன்று முழங்கியது,
"ஹலோ அக்கா...!
கொக்கி மட்டும் தான் வைக்கணும்
அரை மணிநேரத்துல ரெடி ஆயிடும்"
ஆடை மட்டுமல்ல...
அவள் தைத்துக் கொண்டிருப்பது...
வீடையும் தான்...!

ஒட்டுண்ணி

பூக்கத் துவங்கிய தளிரொன்று,
புலம் பெயர்ந்ததாம்..!

சற்றும் சளைக்காமல்,
அங்கும் தழைத்ததாம்..!

மற்றொரு புலம் பெயர்ந்த
செடியிற் திழைத்த ஒட்டுண்ணி,
புதியதாய் வந்த செடியில்,
தொற்றிக் கொண்டதாம்..!

செடிகளைத் தன் சிம்மாசனமென்று
நினைத்த ஒட்டுண்ணியின் பெயர்...

ஏதோ குடும்பத் தலைவனாம்...!

குடும்ப அட்டை

காணாமல் போக அனுமதி இல்லை

கதவுகளை அடைத்துக் கொண்டு,
தனிமைத் தவம் பூண்டு,
தன் வேலையில் தான் உலன்று,
ஆண் திரிவதும்...

அந்நிலைதனை,
பெண்ணிற்கு மறுப்பதும்...

பெண் இன்னும்...
வஞ்சிக்கத்தானே படுகிறாள்...!

13 மொறு மொறுவென...

வாணலி கொதித்துக் கொண்டிருந்தது...
அடிப்பிடித்த அடுப்படி மின்விசிறி,
தகித்துக் கொண்டிருந்தது...
படிய வாரிய கூந்தல் பரத்திக் கிடந்தது...
முந்தானை - வியர்வையில்
குளித்துக் கொண்டிருந்தது...
அடுத்த தெருவிற்கு வாடை
கசிந்து கொண்டிருந்தது...

கழுவி எடுத்த மீன்களோடு சேர்த்து,
கனவிலெடுத்த எண்ணங்களையும்...
மொறு மொறுவென...
பொறித்துக் கொண்டிருந்தாள்...!

தங்கத் தட்டு

ஆங்காங்கே இலைதழைகள்...
சில இடங்களில்
சேறும் சகதியும்...
ஒரு பாதி முழுதும்
எலும்பும் சதையும்...
இடையிடையே,
எச்சில் ஓவியங்கள் வேறு...
இதில் கழிவெது, கனவெது என்று...
பகுத்தாயத் தெரியாதவளிடம்,
அதே தட்டில் சாப்பிடச் சொன்னால்...

பசியில்லை என்று பாசாங்கு செய்தாள்...!

மாதவம்

தட்டுக்கும்,
தண்ணீர் குவளைக்கும்,
கால்கள் வந்து விட்டால்...

அழுக்குறாக் கழுத்துப் பட்டையும்,
தூசில்லா கட்டாந்தரையும் வந்து விட்டால்...

இடையேறாச் சதையும்,
விடை கூறா நிலையும் வந்துவிட்டால்...

வீட்டில் தோள் மேல் தோள் சேர் நிலையும்,
ஏட்டில் கால் மேல் கால் கோர் நிலையும்
வந்துவிட்டால்...

முத்தாய் மூன்றே நாள் மட்டும்
உதிரக்கசிவும் வந்து விட்டால்...

உழைப்பிற்கொரு சன்மானமும்,
உனக்கென சிறு தன்மானமும் வந்துவிட்டால்...

மாதராய்ப் பிறக்க மாதவம் செய்திடுவேன்...!

எது போர்க்களம்

போர்க்களத்தில்
வில் அம்புகளோ...
அம்பாரித் தடங்களோ...
ஆறாய்க் குருதிக் குளங்களோ...
ஈத்தீண்டும் உடல்களோ...
தான் இருக்க வேண்டும் என்றில்லை
காய்கறிகளோ...
கழுவாக் கிண்ணங்களோ...
கங்குலைகளோ...
கரப்பான்களோ...
இருக்கும்
அடுப்படிகளும்...
போர்க்களமே...!

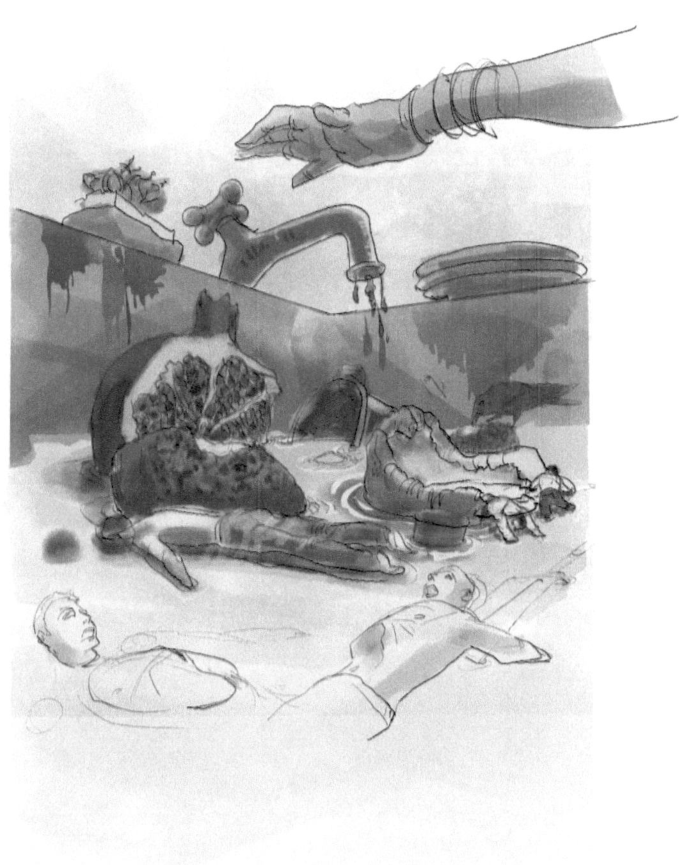

17 ஆம்லெட், ஆஃப்பாயில்

வாழ்க்கை அறையில் இருந்து
கட்டளைகள்
பறந்து கொண்டிருந்தது...

உணவு மேசை
தின்று தீர்த்துக் கொண்டிருந்தது...
ஆற இடம் கொடுக்காமல்,
ஆவி பறந்து கொண்டிருந்தது...
முட்டை பொறியலுக்காக,
கறிவேப்பிலை கொத்தமல்லி எனும்...
இலவச இணைப்போடு
இலவச இணைப்பாக...
கொழுந்துகளை கிள்ளிக் கொண்டிருந்தாள்...

18

மளிகைச் சிட்டை

நிலவொளியில்
கோப்பைகள் ஏந்தி...
கால்கள் மண்டியிட்டு...
கையடக்க முத்தம் பதித்து...
கணிக்கா நேரத்தில்...
அணிச்சல் அப்பி விட்டு...
அழகாய்ப் பாடல் பாடி...
நாள் கிழமை நேரம்...
மறவாத நினைப்பிலிலிட்டு...
காதல் செய்வது மட்டும் காதலல்ல...
கடையேறி,
காய்கறிகள்
சேர்ந்து வாங்குவதும்,
காதல் தான்...!

19

தலைப்பில்லாத கவிதை

திடீரென
ஒரு கவிதை தோன்றியது அவளுக்கு...

அதற்கு வடிவம் கொடுத்து...
எதுகையிட்டு,
மோனையிட்டு,
முற்றாய்
மூன்று புள்ளிகள்
வைக்கும் முன்...

அடுப்பில்
சாதம்
குலைந்தது...
"கவிதையின் தலைப்பு: அடுப்படியில் தேவதைகள்"

அடுப்படியில்
தேவதைகள்
!!

20

அந்த மூணு டு நாலு

பூங்கொத்து,
மென் பஞ்சுப் பொம்மை,
கொக்கோ சுவை,
மெழுகொளி விருந்து,
பழுப்பு வண்ண ஆடை,
இவைகளை விட,
மதிய உணவு முடித்து,
கிண்ணங்கள் கவுத்தி,
பிள்ளைகள் திரும்ப வரும்...
4 க்கு முன்னாள் 3 இல் இருந்து...
ஒரு மணி நேரம்
அவள்... அவள்... அவள்...
என்றிருக்கும் உச்சிப் பொழுது போல் பரிசு...
வேறெதும் இல்லை...!

மிச்சம் மீதாரி

நல்லெண்ணெய்...
இட்லிப் பொடி...
மிளகாய்த் துவையல்...
முருங்கை சாம்பார்...
இவையனைத்தும்
உண்டு களித்த...
முருகல் தோசைகள் தீர்ந்ததும்,
விரல்களில் வழித்து எடுத்த
ஒரு கரண்டி மாவில்...
முடிகிறது
பெண்ணின் பசி...!

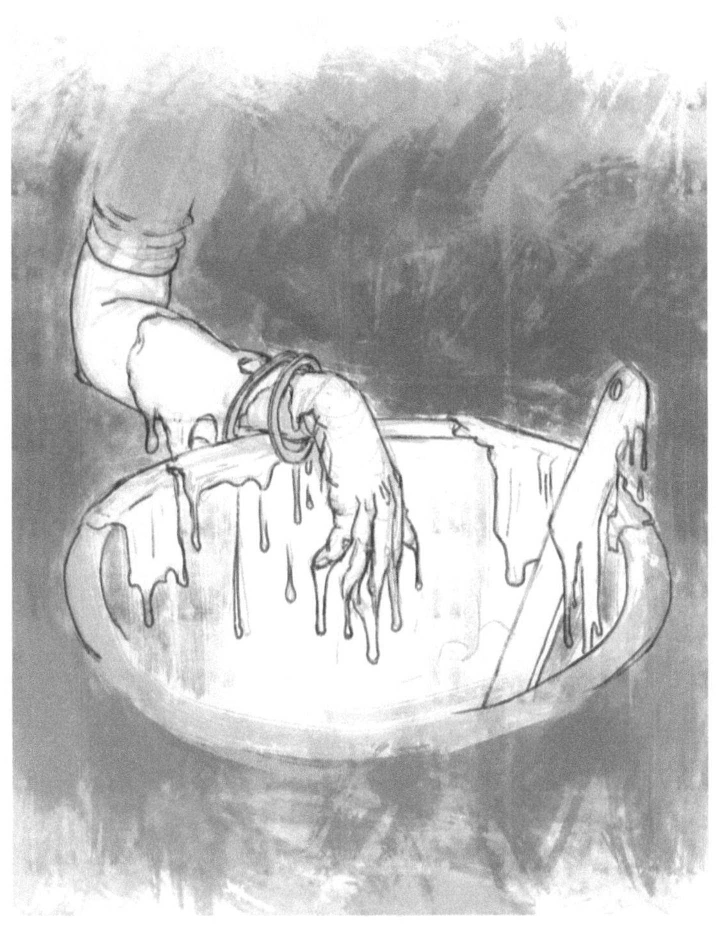

22

விடிஞ்சா கல்யாணம்

இல்லம் மற,
உள்ளம் துற,
ருசி தர,
பசி மற,
தினசரி
அனுசரி,
இச்சை அறி,
காதல் புரி,
தங்கம் தரி,
தலை கவிழ்,
விலங்கிட்டு அழைத்துச் செல்கையில்...
விம்மி அழு வெளியே...
பின்பேதும் துயர் வரின்...
தும்மி விழுங்கு உள்ளே...
இச்சிறை வாழ்வினில்
சிறகுகள் வரைவானா?
நாளைய கணவன்... என
முன்னிரவு மணப்பெண்ணின்
முன் நகர்கிறது...
நிந்தனைகளின் சிந்தனை...!

மணமகள் அறை

ஒத்தாசை ரெட்ட ஆசை

ஒன்று வேண்டுமாம்...
இரண்டு வேண்டுமாம்...

ஒத்தாசை வேண்டுமா?
"நான் வளர்த்துத் தருகிறேன்"
இதுபோன்ற
இடைச்சொறுகலும்,
இன்னும் சில தம்பட்டமும் உறுதி...

முதல் குழந்தை
பெண்ணாய்ப் போனால்...!

பால் பத்தல

பெரிய மாமியார்...
நடு மாமியார்...
சின்ன மாமியார்...
எதித்த வீடு...
முக்கு வீடு...
என முண்டியடித்துக் கொண்டு
குழந்தையைக் காண வந்தனர்...
"க்ரிக்... க்ரிக்..." எனக் குரலெழுப்பிக் கொஞ்சிவிட்டு
"பால் பத்தல போல..."
என்ற போது,

கத்திச் சொல்லத் தோன்றியது
"இங்க முலைகள் வத்தல" என்று...!

இரும்பிலே ஒரு இதயம்

விடிகாலை விழிப்பு...
சுத்த பத்தத்துடன் பக்தி வேறு...
மகாகனம் பொருந்திய
கனவான்களுக்கு கரிசனை...
எல்லாம் முடித்து,
மிச்சமுள்ள
மொத்த சோற்றையும்,
தீண்டாமையில்
வெறுக்கப்பட்ட வெஞ்சனத்தையும்,
ஒன்றாய் குழைத்து
Charge ஏற்றிக் கொண்டிருந்தது...
அந்த சீலை கட்டிய Robot...!

சுமை

பதின்மத்தில்
இடையேறிய
சதைக் கனத்துடன்...
நித்தம்
உடையேற்றிய
சிறு கனத்துடன்...
சுற்றி முற்றி
ஆழக் குடையும்,
விழிகளின் எடையையும்...
சேர்த்து
சுமந்துகொண்டிருந்தாள்...
பெண்...!

தராசு

கெட்ட பழக்கங்கள்
செய்யாதிருப்பதில்,
ஆணை அளப்பதும்...!
அன்றாட அடிப்படைகள்
செய்வதின் பொருட்டு,
பெண்ணை அளப்பதும்...!
பெண் இன்னும்
வஞ்சிக்கத்தானே படுகிறாள்...!

துப்பட்டா

"துப்பட்டா போடுங்க தோழி..."
என்பதில்
ஆடைக் குறைபாடல்ல...
வெறும்
பார்வைக் குறைபாடே...!

வெளிய போகப் போறவ

தாகத்திற்கு தண்ணீர்
எடுத்துத் தருவது கூட இல்லை...
ஆனால்,
பெண் பிள்ளைகள்
காதல் கொண்டால் ஏனோ...
ஓட்டுமொத்த குடும்ப மானமும்
அவர்கள் கையில்...!

சராசரி

சுயமாய்,
சார்பின்றி,
சமமாய்,
சுதந்திரமாய்,
வாழ்ந்திருக்கும்
பெண்ணொருத்தி சொன்னாள்...
"சராசரி பெண் போல்
நான் இருக்க விரும்பவில்லை"
என்று...!

இவையனைத்தையும்,
சராசரியில்
சராசரியாய்
சேர்த்திடலாமே...!

கோட்பாடு

தங்கம் என்று சொல்லாதே - என்னைக்
கூட்டில் பூட்டி வைக்காதே...

பறவைகள் கூண்டில் அழகல்ல,
வானம் முழுதும் உனதல்ல...

பறப்பதும், விழுவதும்...
விழுவதும், பின் எழுவதும்...
அனைவரின் உரிமையே - இதில்
நான் என, நீ எனக் கொள்வதும்
பாலென வேறென...
சொல்வதும் பழமையே...

சிறகுகள் விரிப்பதும்,
உரக்க நான் சிரிப்பதும் - உன்
புலனதை வெறுப்பதும்...
பலன் ஏதும் இல்லையே...

ஓடையின் ஞாபகம் - என்
ஆடையில் இல்லையே,
காற்றிட்ட கட்டளைக்கு...
கரைதனில் ஒதுங்குதே - உன்

கண்கள் அலை பாய்ந்தாலும்,
எண்ணம் நிலை சாயாமல்...
நிற்குமொரு நேரத்தில்,
என் நூலாடைக்கு
நீ ஒர்
நூலெழுது...!

32

ஐயம்

கண்ணனென நீ, கவலையில்லை..!
கோபிகைகள் கூடுகையில்,
எனை மட்டும் பார்க்கும் வரை..!

ராமனாய் இருப்பதென உடன்படிக்கை...
தீயிற்கிருக்கும் பகுத்தறிவு...
நீயும் பயின்றால் மட்டும்..!

மஞ்சத்திலோ மாடத்திலோ...
துச்சாதனனாய் துகிலுரிப்பாய்...
இச்சை என்வசம் இருக்குங்கால்...!

பாண்டவராய்ப் பகடை,
ஐயோ ஐயமடா...
ஐம்புலனும் எனக்களிப்பாய்..!

சீதா இராவண உறவு தனை...
தந்தை மகளென மதியுரைப்பாய்..!

கறையில்லாக் காளைகள்
காண்பது அரிதாம்...
கரை நானென, எனைச் சேர்வாய்..!

மங்கை மனதில் வெகு வளைகோடு (?)
வளைத்தே என், சிறு கரம் கோரு..!

அளவில் அடங்கியவள்

12 முழத்திலும்...
2 முழத்திலும்...
அழகாய் இருந்தாலும்...
அதன் இடையே...
பெண்களை
அடக்கிட வேண்டாம்...!
எட்டிப்பிடிக்கும் தூரம்
எக்கச்சக்கம்...!

விடுதலைப் போராட்டம்

பெண்ணின்
விடுதலைப் போராட்டம்...
எட்டிப் பார்க்கும் strap களையும்...!
நெஞ்சையழுத்தும் cup களையும்...!
சமாளிப்பதிலேயே
சென்று விடுகிறது...!

35

வெட்கம் கெட்டவள்

விஷமிகள் சீண்டுவதை...
என் விரல்கள் தீண்டினால்
நான் வெட்கம் கெட்டவள்...!

காதல் களிப்பினில்...
மேல் இருக்கை வேண்டினால்
நான் வெட்கம் கெட்டவள்...!

வேண்டாமென விளைவின்றி
மறுத்தால்,
நான் வெட்கம் கெட்டவள்...!

கேள்விகள் அதிகம்
தொடுத்தால்,
நான் வெட்கம் கெட்டவள்...!

ஆடவன் போல
அணி தரித்தால்,
ஆடவன் போல
பொன் மறுத்தால்,
நான் வெட்கம் கெட்டவள்...!

கூந்தல் அலைந்தாலோ,
இதழினைச்

சுண்ணம் நிறைத்தாலோ,
ஒளிவுகள்
தவிர்த்து உரைத்தாலோ,
நான் வெட்கம் கெட்டவள்...!

நான் வெட்கம் கெட்டவள்...!

36

கல்லிலே கலை வண்ணம்

கற்பனை உலகில் மட்டுமே
வாழ்ந்தனரா சிற்பிகள்?
கற் சுனையில் வடித்திருக்கவில்லை
காமம் கடந்து,
காயம் அடைந்து,
புவியீர்ப்பில் பொலிவேறிய
முலைகளை...!

37

தங்கா மீன்கள்

தங்க நிறங்களில்
நெளிந்து செல்லும்,
சின்னஞ்சிறு மீன்கள் வாங்கி...
"மீன்கள் என்றால் எனக்கு உயிர்..."
என்று கண்ணாடித் தொட்டிக்குள்
நீந்தவிட்டுப் பார்ப்பது
போன்றது தான்...
பெண்கள்
கடவுளுக்கு நிகரெனச் சொல்வதும்...!

38

கால் கட்டு

"எல்லாம் ஒரு கால் கட்டு போட்டாச்
சரி ஆகிடும்"
என்று ஆணுக்குச்
சொல்பவர்கள்,
சொல்வதில்லை
அது பெண்ணுக்கும்
சரிதானா என்று...!

39 சொல் சொல் சொல்

சார்ந்தோர்க்குக் கொள்ளும்
சினம் நன்றோ?
என் போன்றோர்க்குக் கொள்ளும்
சினம் தீதோ?
எரித்திடு ஓர் வேதம்...
எதற்கிந்த பேதம்...
சாட்டையினை சுழற்றிட
ஓர் மீசை மகன் தேடலன்று...
கீறி விடும் என்றுணர்ந்தும்
இதழிற் தைத்த பூக்கரங்கள் போதுமென்று...
கொட்டிச் சொல்...
பறை கட்டிச் சொல்...
சிரம் தட்டிச் சொல்...

பொத்தி வைத்த சீற்றங்களால்
மாரிரண்டும் புடைக்கிறதோ?
நான் புகட்டும் கரவையிலே
கதழும் (சினமும்) கொஞ்சம் சேர்கிறதோ?
எழுதித் தந்தது என்றறிவோர்க்கு ஆதல்
இதுவென்று...
கொட்டிச் சொல்...
பறை கட்டிச் சொல்...
சிரம் தட்டிச் சொல்...

குருதி உனக்கு அதிகமென்பாய்...
கொதிப்பதிலோர் வீரம் என்பாய்...
மறதி கொன்று பிதற்றுகிறாய்...
மறத் தீ என் லீலை என்று...
அறியாச் சிறு கன்று என்று...
கொட்டிச் சொல்...
பறை கட்டிச் சொல்...
சிரம் தட்டிச் சொல்...

காதல் மறுத்தால் வெகுண்டெழுவாய்...
காரம் சிறுத்தால் கடிந்தெழுவாய்...
தேறல் சுவைத்தால்
கொந்தளிப்பாய்...
மீறல் நினைத்தால்
கொதித்தெழுவாய்...
திறையென்னும் திரை போட்டு
மூழ்கடிக்கப் பார்த்திடுவாய்...
மறுபுறம் நான் கடக்க
கன நேரம் போதுமென்று...
கொட்டிச் சொல்...
பறை கட்டிச் சொல்...
சிரம் தட்டிச் சொல்...

பட்டயமும் உனதல்ல...
பந்தயம் என் மனதல்ல...
கொற்றவைப் போர் மகள் நான்...
பெற்றவைக் கார்முகில

இச்சை மட்டும் போதுமென்று...
கொட்டிச் சொல்...
பறை கட்டிச் சொல்...
சிரம் தட்டிச் சொல்...

40 பிரியாவிடை

தாகம் என்ற போதெல்லாம்...
தண்ணீர் எடுத்துக்
கொடுத்தாள்...
தங்கை...!
இன்று வேறொரு வீட்டில்
தண்ணீர் எடுத்துத்தரச் செல்கிறாள்...
நானோ பதிலுக்குக்
கண்ணீர் எடுத்துத் தருகிறேன்...!

அந்த 30 நாள்

அந்த உதிரப்போக்குச்
சாலையில்...
மாதம் மூன்று நாள்...
பயணம் செய்கிறாள்...
பெருங்களைப்பு தான்...
மீதம் 27 நாள்கள்...
பெண் என்னும்
சாலையில் பயணிக்கிறாள்...
அது மட்டுமென்ன
இன்பச் சுற்றுலாவா???

தேவதைகளின் தேவை

ஆணின்
தேவைகளை...
கூச்சப்படாமல்
பேசுகின்ற கூட்டம்...
ஆணின்
தேவதைகளை,
தேவதைகளின் தேவைகளை,
பேச மறக்கிறது...! மறுக்கிறது..!

களவாடிய கலவி

அவள்
மிச்ச நிலையை
அடையும் போது...
அவன் உச்ச நிலையை
அடைந்தான்...
இந்தக் கலவியும்
களவாடப்பட்டது...!

44

சூப் உரிமை

தனிமை எய்தி,
தாடி வளர்த்து,
வெண்குழல் புகைத்து,
வெறுமை பானம் ருசித்து,
இழி பழி பேசி,
இதயம் உடைந்ததை
கொண்டாடும் உரிமை கூட...
இல்லை இவளுக்கு...!
கண்ணீர் கூட கன்னம் கடந்து,
முலைப்பள்ளத்தில் மட்டுமே,
ஒளித்துக் கொள்ள வேண்டும்...
வருடம் பல கழிந்து,
சொல்லத் தெரியாத
குழந்தை சுவைத்த போது தான்...
அவளுக்குக் கரித்தது...!

45   ரக்கெட் (Rugged) ஆண்

நித்தம் உயிர் மகிழ

நான் போதும்...

கட்டியணைக்க, முத்தமிட

நீ போதும்...

கட்டிலில் சத்தமிட

நான் போதும்...

கலவி உதித்தோர்

காத்திட - நான் போதும்...

பார்த்திட - நாம் போதும்...

இங்கு

ஆப்பிள் களே தேவையன்றி...

Alpha க்கள் தேவையில்லை...!

46

தாமி

அளப்பரிய
அலைநீளச் சிவப்பில்
உதட்டுச் சாயம்...
மென்பனிகள்
பறக்கவிட்டு,
மயிர்ச் சுருளைப்
பாங்கு செய்யும்
கூந்தல் திவளை...
கன்னத்து வரிகளையும்,
விழியறியாக் குழிகளையும்
சுண்ணமிடும்
முகக் களிம்பும்...
கண்ணுக்குச் சட்டங்கட்டி,
எடுப்பளிக்கும்
புருவமதில்
கன்னங்கரு கண் மை...
எல்லாம் இட்டு
வெட்கங்கொண்ட
பளிங்கிற்கொரு
முத்தம் வீசி...

அங்கியொன்றை
அணிந்தவளுக்கு...
பின்னர் தான்
நினைவு வந்தது...
தாமி (செல்பி) எடுக்க
மறந்தாளென்று...!

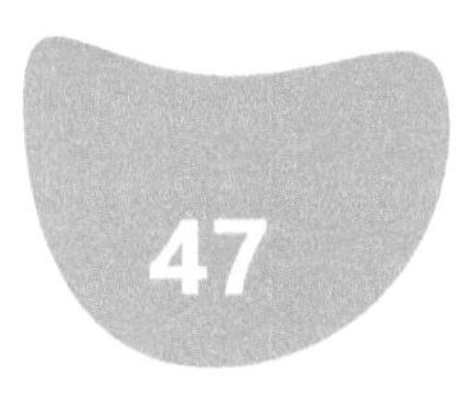

47

சேர்ந்து நடப்போமா

தொப்புள் கொடி
வெட்டும் போது
அழத் துவங்கினேன்...
தாலிக்கொடி
கட்டும் போதும்
அழத் துவங்கினேன்...

உடலும் உயிரும்
உனக்கென
தானம் செய்கையில்...
தாங்கிக் கொள்ளடா
காதலும் சேர்த்து
என்னை வாங்கிக் கொள்ளடா...!

அடங்கா சினம்
செய்வேன் தினம்...
அழகாய்
பொறுத்தருள்வாய்
தோழா...!

கடலாய்ப் பாசம்
இல்லை வேஷம்
மூழ்கிக்

கொஞ்சம் முத்தெடு
முதல்வா...!

கண்ணீர்த் திவளை
கரைக்கும் இவளை
விரைந்தே
துடைக்கும் விரலாய்த்
துணை வா...!

வரைமுறை என்றே
வாழ்ந்தவள் தன்னை
வாஞ்சையில்
வசம் கொள்
விண்ணவா...!

காமத்தில் சேரா
முத்தங்கள் ஆறாய்
நினைவாய்
தினம் தருவாய்
உணவாய்...!

முடிவிலி நகையில்
முகிழ் நறுமுகையில்
முந்தியே
முழுதாய் பங்குகொள்
கணவா...!

பெண் மானம்

உடைந்த அந்த காதலில்
இறுதியாய்
என்ன வேண்டுமென்றான்...
"தன்மானம்" என்று
தள்ளிப் போகச் சொன்னாள்...!

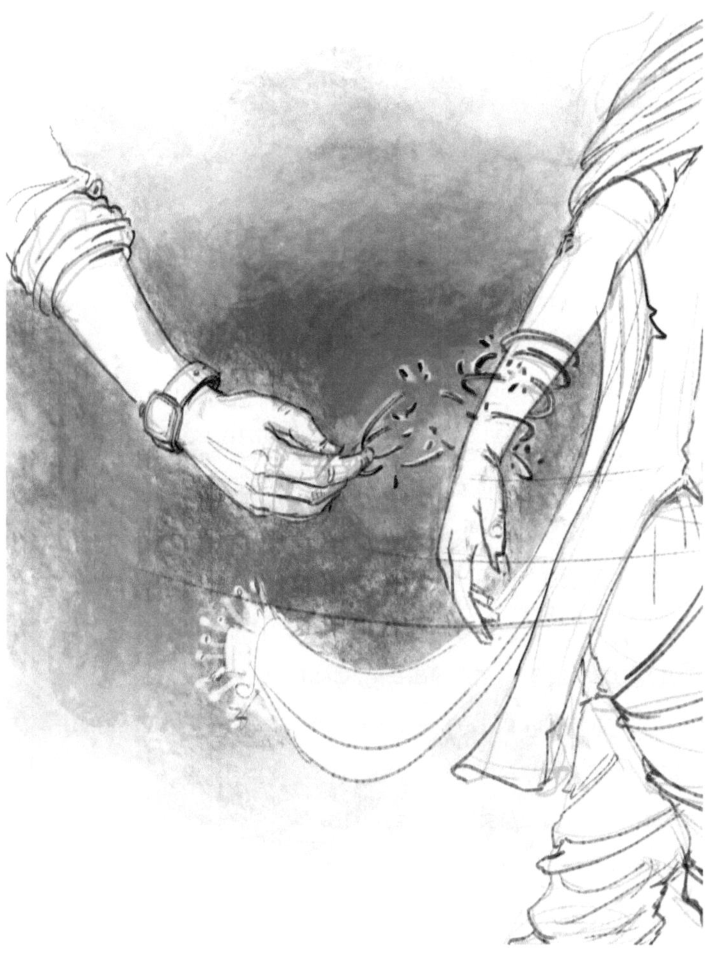

49

பதனிடப்படாத உணர்ச்சி

காடுகளில் நீ நுழைவதும்...
பறவைகள் பறப்பதாய்
நான் உணர்வதும்...!
வாழ்வியல் வாடிக்கையாய்
ஆக்கிடுவோம்...!
நேரம் கிடைக்கையில்
எல்லாம் நெஞ்சம் புதைத்திடுவோம்...
நெற்றி முத்தம் நித்தம் தைத்திடுவோம்...
வெற்றிடத்தில் எல்லாம்
வெட்கம் ஊற்றிடுவோம்...
சுற்றி யாருமற்ற நிலையில்
சிறுகுறும்புகள் முடுக்கிடுவோம்...
பற்றி இருவரும் பல கதைகள் சமைத்திடுவோம்
அன்றி நிலை வரை
அன்றிலென நின்றிடுவோம்...
சொல்லில் நீயென்றும்,
அல்லில் நாமென்றும்,
காலம் தூரம்
களைப்பில் களிப்பில்
காற்றாய்க் கலந்திடுவோம்...!

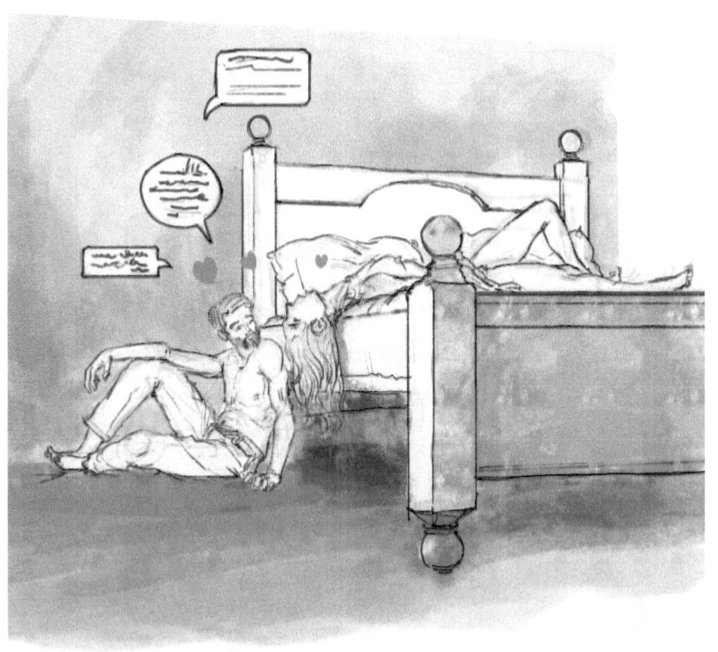

50

ஃபிளீட்

அடங்காத
என் சேலையை...
நீ அடக்கும் போது
குறுநகை - அது
குறுந்தொகை...!
புரியா புன்முறுவலை
அறியாது படமெடுத்த
கண்ணாடியைக் கடிந்து கொண்டேன்...
"அவனிடம் சொல்லாதே"
எனத் தயங்கி நின்றேன்...!

51'வது கவிதை

ஏன்
ஆண்களுக்கும்
பொருத்திப் பார்க்கலாமே...!
ரெக்கைகளை...!
பறப்பதில்லையா?
இல்லை
பட்டாம்பூச்சிகள் தான்
தருவதில்லையா...!